I Learn, I Speak

Basic Skills for Preschool Learners of English and Chinese

我学，我说

中英文学龄前儿童基本技巧

volume 1: Colors and Shapes

颜色和形状

Peter S. Xu
Donielle D. Xu

Paraxus International, Inc.

Paraxus International, Inc.
249 S. Milton Ave
Glen Ellyn, IL 60137
(773)218-3640
info@ilearnispeak.com

ISBN-13: 978-0985625009
ISBN-10: 0985625007

Preface

Dear parents and teachers,

You have made a great choice to help your preschool child develop their skills in a bilingual environment. Children who learn two languages from a young age will excel in their future schooling, and this curriculum is designed to help you teach them basic schools in both English and Chinese.

With bright colored, vivid, sometimes exaggerated and funny illustrations, and instructions in both languages, parents and teachers are provided with the tools you need to teach your children these basic skills in two different languages:

Colors and shapes
Numbers and counting
Basic relationships
Patterns and time

For parents and teachers who are not fluent in both languages, an online supplement provides all audio from the text in both English and Chinese.

These activities are designed to aid you in teaching your preschool children in both English and Chinese. Practice having your child repeat words in both languages, and your child will quickly be learning new words and skills!

Have fun with your child as you teach them basic skills!

For the audio portion of this text in both English and Chinese, visit http://www.ilearnispeak.com.

前言

亲爱的父母和老师们，

为了帮助你们的学龄前儿童在一个双语环境中发展他们的学习技能，你做了一个杰出的选择！儿童很早就开始学习两种语言往往也会在他们未来的学业中表现优异。本教材正是为帮助你教授他们在中英文的环境中学习一些基本的学业技巧而设计。

通过色彩鲜艳，生动，有时候夸张又幽默的插图和双语的教程，父母和老师们将会教授你们的儿童以下双语的技巧：

颜色和形状
数字和数数
基本关系
规律和时间

对两种语言不同时流利的父母和老师们，我们在线的额外资源，为你提供了本教材的所有的中英文的语音资料。

这些在线活动帮助你对你的学龄前儿童进行英语和中文的教授。练习叫你的小学童用双语重复每一个单词，你的小学童很快就会掌握新的单词和技巧。

祝你在教授的过程中有个有趣和有意的经历。
请登录 http://www.ilearnispeak.com 使用我们的在线中英文语音部分。

Table of Contents

COLORS

颜色

RED

bǎ yǐ xià tú àn tú chéng hóng
把 以 下 图案涂 成 红

sè rán hòu zài fāng gé lǐ zài
色, 然 后 在 方 格 里 再

huà yī gè bù tóng de hóng sè de wù tǐ
画 一 个 不 同 的 红 色 的 物体。

Color the pictures red. Then draw something different
in the box which also is red.

bǎ yǐ xià dān zì
把 以 下 单 字
tú chéng hóng sè
涂 成 红 色。
Color the character
red.

红

YELLOW

bǎ yǐ xià tú àn tú chéng huáng
把 以 下 图 案 涂 成 黄

sè rán hòu zài fāng gé lǐ zài
色, 然 后 在 方 格 里 再

huà yī gè bù tóng de huáng sè de wù tǐ
画 一 个 不 同 的 黄 色 的 物 体。

Color the pictures yellow. Then draw something different in the box which also is yellow.

bǎ yǐ xià dān zì
把 以 下 单 字
tú chéng huáng sè
涂 成 黄 色。
Color the character yellow.

BLUE

bǎ yǐ xià tú àn tú chéng lán
把 以 下 图案涂 成 蓝

sè rán hòu zài fāng gé lǐ zài
色，然 后 在 方 格 里 再

huà yī gè bù tóng de lán sè de wù tǐ
画 一 个 不 同 的 蓝 色 的 物体。

Color the pictures blue.   Then draw something different in the box which also is blue.

bǎ yǐ xià dān zì
把 以 下 单 字
tú chéng lán sè
涂 成 蓝 色。
Color the character blue.

GREEN

bǎ yǐ xià tú àn tú chéng lǜ
把 以 下 图案涂 成 绿

sè rán hòu zài fāng gé lǐ zài
色, 然 后 在 方 格 里 再

huà yī gè bù tóng de lǜ sè de wù tǐ
画 一 个 不 同 的 绿 色 的 物体。

Color the pictures green. Then draw something different in the box which also is green.

bǎ yǐ xià dān zì
把 以 下 单 字
tú chéng lǜ sè
涂 成 绿 色。
Color the character green.

绿

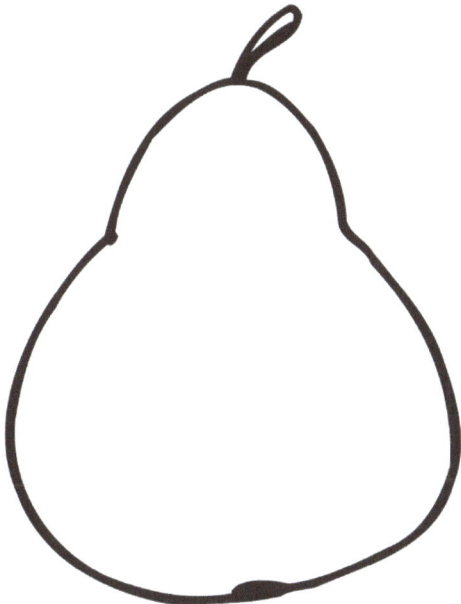

PURPLE

bǎ yǐ xià tú àn tú chéng zǐ
把 以 下 图案涂 成 紫

sè rán hòu zài fāng gé lǐ zài
色, 然 后 在 方 格 里 再

huà yī gè bù tóng de zǐ sè de wù tǐ
画 一 个 不 同 的 紫 色 的 物 体。

Color the pictures purple. Then draw something different in the box which also is purple.

bǎ yǐ xià dān zì
把 以 下 单 字
tú chéng zǐ sè
涂 成 紫 色。
Color the character purple.

紫

ORANGE

bǎ yǐ xià tú àn tú chéng jú
把 以 下 图案涂 成 桔

sè rán hòu zài fāng gé lǐ zài
色, 然 后 在 方 格 里 再

huà yī gè bù tóng de jú sè de wù tǐ
画 一 个 不 同 的 桔 色 的 物 体。

Color the pictures orange. Then draw something different in the box which also is orange.

bǎ yǐ xià dān zì
把 以 下 单 字
tú chéng jú sè
涂 成 桔 色。
Color the character orange.

桔

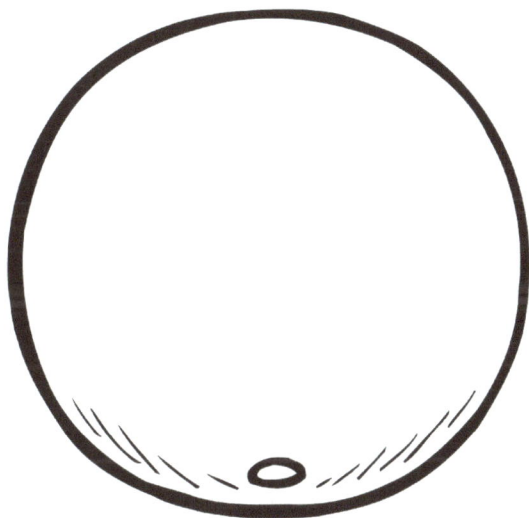

BROWN

bǎ yǐ xià tú àn tú chéng zōng
把 以 下 图案涂 成 棕

sè rán hòu zài fāng gé lǐ zài
色, 然 后 在 方 格 里再

huà yī gè bù tóng de zōng sè de wù tǐ
画 一 个 不 同 的 棕 色 的 物体。

Color the pictures brown. Then draw something different in the box which also is brown.

bǎ yǐ xià dān zì
把 以 下 单 字
tú chéng zōng sè
涂 成 棕 色。
Color the character brown.

BLACK

bǎ yǐ xià tú àn tú chéng hēi
把 以 下 图 案 涂 成 黑

sè rán hòu zài fāng gé lǐ zài
色，然 后 在 方 格 里 再

huà yī gè bù tóng de hēi sè de wù tǐ
画 一 个 不 同 的 黑 色 的 物 体。

Color the pictures black. Then draw something different in the box which also is black.

bǎ yǐ xià dān zì
把 以 下 单 字
tú chéng hēi sè
涂 成 黑 色。
Color the character black.

黑

GREY

bǎ yǐ xià tú àn tú chéng huī
把 以 下 图案涂 成 灰

sè rán hòu zài fāng gé lǐ zài
色, 然 后 在 方 格 里 再

huà yī gè bù tóng de huī sè de wù tǐ
画 一 个 不 同 的 灰 色 的 物体。

Color the pictures grey. Then draw something different in the box which also is grey.

bǎ yǐ xià dān zì
把 以 下 单 字
tú chéng huī sè
涂 成 灰 色。
Color the character grey.

PINK

bǎ yǐ xià tú àn tú chéng fěn
把 以 下 图案涂 成 粉

sè rán hòu zài fāng gé lǐ zài
色, 然 后 在 方 格 里 再

huà yī gè bù tóng de fěn sè de wù tǐ
画 一 个 不 同 的 粉 色 的 物 体。

Color the pictures pink.   Then draw something different
in the box which also is pink.

bǎ yǐ xià dān zì
把 以 下 单 字
tú chéng fěn sè
涂 成 粉 色。
Color the character
pink.

粉

Review
COLORS
颜色的复习

zhǎo chū měi yī háng zhōng shì lù
找 出 每 一 行 中 是 绿
sè de tú àn bìng huà yī gè yuán quān
色 的 图 案 并 画 一 个 圆 圈。

Find the picture that is green in each row and draw a circle around it.

Review
COLORS
颜色的复习

zhǎo chū měi yī háng zhōng shì huáng
找 出 每 一 行 中 是 黄
sè de tú àn bìng huà yī gè yuán quān
色 的 图 案 并 画 一 个 圆 圈。

Find the picture that is yellow in each row and draw a circle around it.

Review
COLORS
颜色的复习

zhǎo chū měi yī háng zhōng shì hóng
找 出 每 一 行 中 是 红
sè de tú àn bìng huà yī gè yuán quān
色 的 图 案 并 画 一 个 圆 圈。

Find the picture that is red in each row and draw a circle around it.

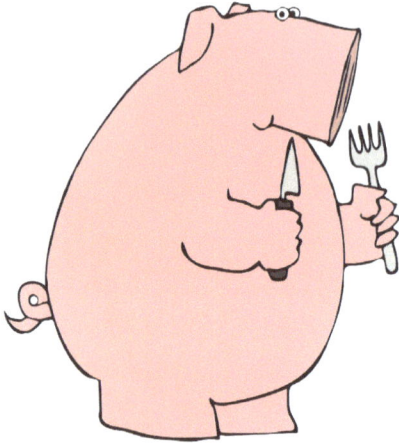

MHOOO!

Review
COLORS
颜色的复习

zhǎo chū měi yī háng zhōng shì hēi
找 出 每 一 行 中 是 黑
sè de tú àn bìng huà yī gè yuán quān
色 的 图 案 并 画 一 个 圆 圈。

Find the picture that is black in each row and draw a circle around it.

Review
COLORS
颜色的复习

zhǎo chū měi yī háng zhōng shì fěn
找 出 每 一 行 中 是 粉
sè de tú àn bìng huà yī gè yuán quān
色 的 图 案 并 画 一 个 圆 圈。

Find the picture that is   pink   in each row and draw a circle around it.

22

Review
COLORS
颜色的复习

zhǎo chū měi yī háng zhōng shì zǐ
找 出 每 一 行 中 是 紫
sè de tú àn bìng huà yī gè yuán quān
色 的 图案 并 画 一 个 圆 圈。

Find the picture that is purple in each row and draw a
circle around it.

Review
COLORS
颜色的复习

zhǎo chū měi yī háng zhōng shì lán
找 出 每 一 行 中 是 蓝
sè de tú àn bìng huà yī gè yuán quān
色 的 图 案 并 画 一 个 圆 圈。

Find the picture that is blue in each row and draw a circle around it.

Review
COLORS
颜色的复习

zhǎo chū měi　yī　háng zhōng shì zōng
找　出　每　一　行　中　是　棕
sè　de　tú　àn　bìng huà　yī　gè yuán quān
色 的 图 案 并 画 一 个 圆 圈。

Find the picture that is brown in each row and draw a circle around it.

Review
COLORS
颜色的复习

zhǎo chū měi   yī háng zhōng shì jú
找 出 每 一 行 中 是 桔
sè de tú àn bìng huà yī gè yuán quān
色 的 图 案 并 画 一 个 圆 圈。

Find the picture that is orange in each row and draw a circle around it.

Review
COLORS
颜色的复习

zhǎo chū měi yī háng zhōng shì huī
找 出 每 一 行 中 是 灰
sè de tú àn bìng huà yī gè yuán quān
色 的 图 案 并 画 一 个 圆 圈。

Find the picture that is grey in each row and draw a circle around it.

Review WORDS
单词的复习

hóng 红	sè 色	RED
lǜ 绿	sè 色	GREEN
lán 蓝	sè 色	BLUE
zōng 棕	sè 色	BROWN
huáng 黄	sè 色	YELLOW
jú 桔	sè 色	ORANGE
huī 灰	sè 色	GREY
fěn 粉	sè 色	PINK
zǐ 紫	sè 色	PURPLE
hēi 黑	sè 色	BLACK

yán 颜   sè 色

COLORS

SHAPES

形状

CIRCLE 圆形

miáo shí yǐ xià
描 实 以 下
yuán xíng
圆 形,
rán hòu quān chū suǒ yǒu de yuán xíng
然 后 圈 出 所 有 的 圆 形。
Trace the circle. Then circle all the circles below.

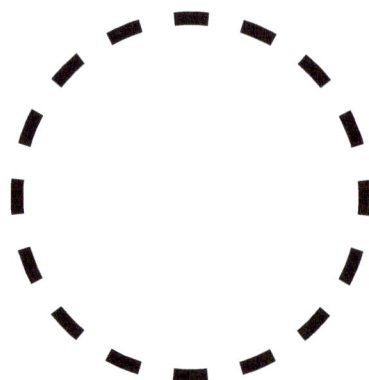

CIRCLE 圆形

yuán xíng de chǐ cùn
圆　形　的　尺　寸
kě　yǐ　bù　tóng，zhǎo　chū　yǐ　xià　tú　zhōng　de
可　以　不　同，　找　出　以　下　图　中　的
suǒ　yǒu　de　　yuán　xíng
所　有　的　　圆　形。

Circles　can be different sizes. Find　all　the circles below.

31

SQUARE 正方形

miáo shí yǐ xià
描　实　以　下
zhèng fāng xíng
正　　方　　形，

rán hòu quān chū suǒ yǒu de zhèng fāng xíng
然　后　　圈　出　所　有　的　正　方　形。
Trace the square. Then circle all the squares below.

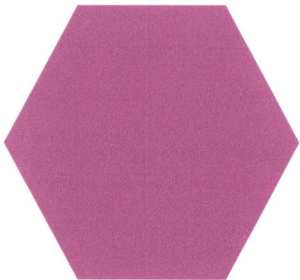

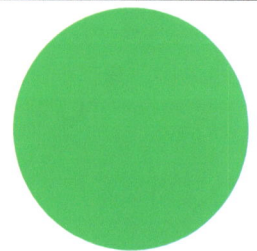

SQUARE 正方形

zhèng fāng xíng yǒu sì tiáo xiāng tóng cháng dù de biān
正 方 形 有 四 条 相 同 长 度 的 边。
bāng xiǎo péng yǒu zhǎo dào huí jiā de lù　 zhè tiáo lù yóu
帮 小 朋 友 找 到 回 家 的 路。 这 条 路 由
zhèng fāng xíng zǔ chéng bǎ zhè tiáo lù tú shàng yán sè
正 方 形 组 成，把 这 条 路 涂 上 颜 色。
Squares have 4 sides of the same length. Help the children find the way home. Color the path that has only squares.

RECTANGLE 长方形

miáo shí yǐ xià
描 实 以 下
cháng fāng xíng
长 方 形,
rán hòu quān chū suǒ yǒu de cháng fāng xíng
然 后 圈 出 所 有 的 长 方 形。

Trace the rectangle. Then circle all the rectangles below.

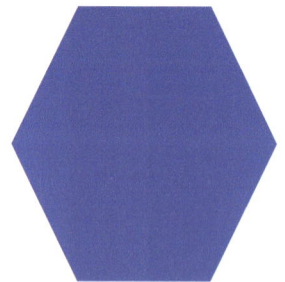

RECTANGLE 长方形

cháng fāng xíng yǒu sì tiáo biān dàn shì zhī yǒu xiāng duì
长 方 形 有 四 条 边, 但 是 只 有 相 对
de biān cháng dù xiāng tóng zhǎo chū xià miàn suǒ yǒu de
的 边 长 度 相 同。 找 出 下 面 所 有 的
cháng fāng xíng
长 方 形

Rectangles have 4 sides, but only the opposite sides are the same length. Find all the rectangles below.

OVAL 椭圆形

miáo shí yǐ xià
描 实 以 下
tuǒ yuán xíng
椭 圆 形,
rán hòu quān chū suǒ yǒu de tuǒ yuán xíng
然 后 圈 出 所 有 的 椭 圆 形。
Trace the oval. Then circle all the ovals below.

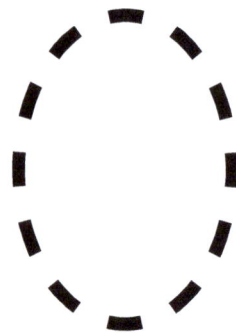

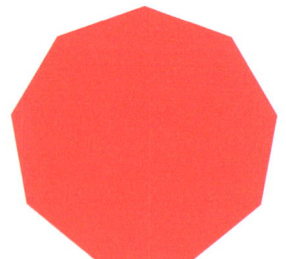

EGG HUNTING SEASON
猎 蛋 季 节

zhǎo chū xià miàn suǒ yǒu de tuǒ yuán xíng

找 出 下 面 所 有 的 椭 圆 形。

Find all the oval shapes below.

fā huī nǐ de xiǎng xiàng lì shè jì yī gè nǐ zì jǐ de cǎi dàn

发挥你的想像力设计一个你自己的彩蛋。

Use your imagination to design a colored egg of your own.

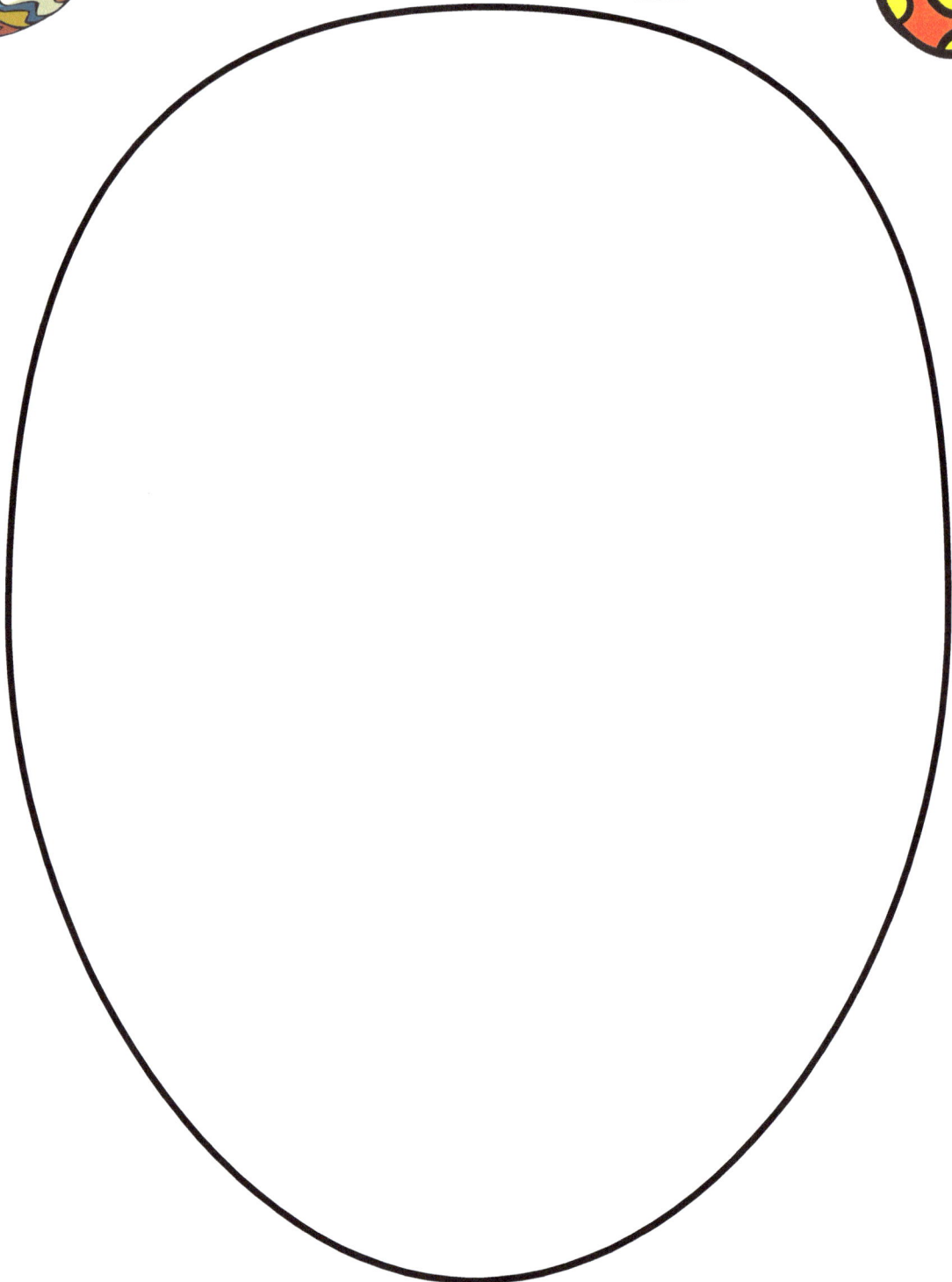

TRIANGLE 三角形

miáo shí yǐ xià
描 实 以 下
sān jiǎo xíng
三 角 形,
rán hòu quān chū suǒ yǒu de sān jiǎo xíng
然 后 圈 出 所 有 的 三 角 形。

Trace the triangle. Then circle all the triangles below.

TRIANGLE 三角形

sān jiǎo xíng de chǐ cùn
三 角 形 的 尺 寸
kě yǐ bù tóng zhǎo chū yǐ xià tú zhōng de
可 以 不 同, 找 出 以 下 图 中 的
suǒ yǒu de sān jiǎo xíng
所 有 的 三 角 形。
Triangles can be different sizes. Find all the triangles below.

DIAMOND 菱形

miáo shí yǐ xià
描 实 以 下
líng   xíng
菱   形,

rán hòu quān chū suǒ yǒu de líng xíng
然 后 圈 出 所 有 的 菱 形。

Trace the diamond. Then circle all the diamonds below.

41

DIAMOND 菱形

líng xíng de chǐ cùn
菱　形　的　尺　寸

kě　yǐ　bù　tóng　zhǎo　chū　yǐ　xià　tú　zhōng　de
可　以　不　同，　找　出　以　下　图　中　的

suǒ　yǒu　de　líng　xíng
所　有　的　菱　形。

Diamonds can be different sizes. Find all the diamonds below.

STAR 星形

miáo shí yǐ xià
描 实 以 下
xīng xíng
星 形,
rán hòu quān chū suǒ yǒu de xīng xíng
然 后 圈 出 所 有 的 星 形。
Trace the star. Then circle all the stars below.

STAR 星形

xīng xíng de chǐ cùn
星 形 的 尺 寸
kě yǐ bù tóng zhǎo chū yǐ xià tú zhōng de
可 以 不 同, 找 出 以 下 图 中 的
suǒ yǒu de xīng xíng
所 有 的 星 形。

Stars can be different sizes. Find all the stars below.

àn cì xù bǎ yǐ xià de diǎn lián jiē qǐ lái zhǎo chū shì shén
按 次 序 把 以 下 的 点 连 接 起 来 找 出 是 什
me xíng zhuàng
么 形 状。
Connect the dots below in order. What shapes do you see?

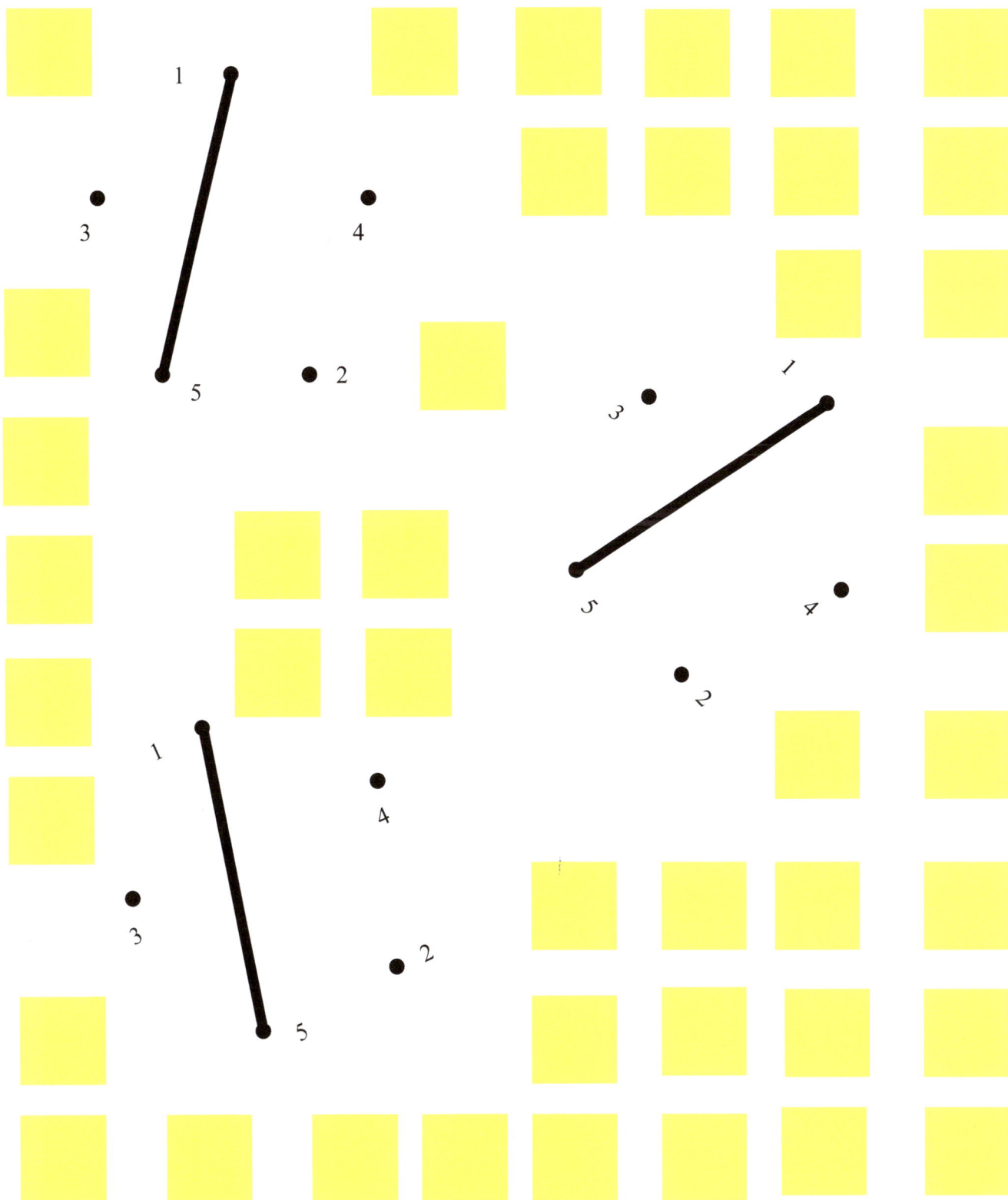

1

3

4

5

2

3

1

5

4

2

1

4

3

2

5

45

HEART 心形

miáo shí yǐ xià
描 实 以 下
xīn   xíng
心   形,
rán hòu quān chū suǒ yǒu de xīn xíng
然 后 圈 出 所 有 的 心 形。

Trace the heart. Then circle all the hearts below.

46

HEART 心形

xīn xíng de chǐ cùn
心　形　的　尺　寸
kě　yǐ　bù　tóng，　zhǎo　chū　yǐ　xià　tú　zhōng　de
可　以　不　同，　找　出　以　下　图　中　的
suǒ　yǒu　de　　xīn　xíng
所　有　的　　心　形。

Hearts　can be different sizes. Find　all　the　hearts below.

REVIEW SHAPES 形状的复习

zài xíng zhuàng hé xià miàn duì yìng de lán zǐ zhī jiān
在 形 状 和 下 面 对 应 的 篮 子 之 间
huà yī tiáo xiàn
画 一 条 线。

Draw a line from the shape to the matching basket.

zài xíng zhuàng hé xià miàn duì yìng de lán zǐ zhī jiān
在 形 状 和 下 面 对 应 的 篮 子 之 间
huà yī tiáo xiàn
画 一 条 线。

Draw a line from the shape to the matching basket.

REVIEW SHAPES 形状的复习

zài xíng zhuàng hé xià miàn duì yìng de lán zǐ zhī jiān
在 形 状 和 下 面 对 应 的 篮 子 之 间
huà yī tiáo xiàn
画 一 条 线。

Draw a line from the shape to the matching basket.

SHAPES 形状的复习

zài xíng zhuàng hé xià miàn duì yìng de lán zǐ zhī jiān
在 形 状 和 下 面 对 应 的 篮 子 之 间
huà yī tiáo xiàn
画 一 条 线。

Draw a line from the shape to the matching basket.

REVIEW SHAPES 形状的复习

miáo shí yǐ xià tú xíng rán hòu zài páng biān zài huà
描 实 以 下 图 形， 然 后 在 旁 边 再 画

liǎng gè xiāng tóng de xíng zhuàng
两 个 相 同 的 形 状。

Trace the shapes below and then draw two more of the same shape next to it.

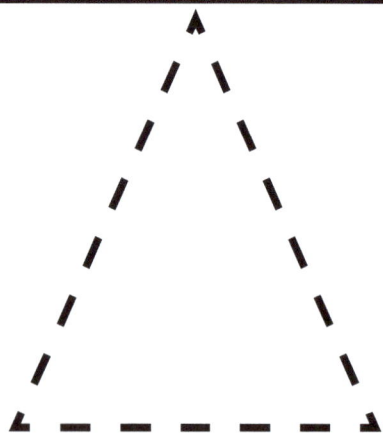

SHAPES 形状的复习

miáo shí yǐ xià tú xíng rán hòu zài páng biān zài huà
描 实 以 下 图 形， 然 后 在 旁 边 再 画

liǎng gè xiāng tóng de xíng zhuàng
两 个 相 同 的 形 状。

Trace the shapes below and then draw two more of the same shape next to it.

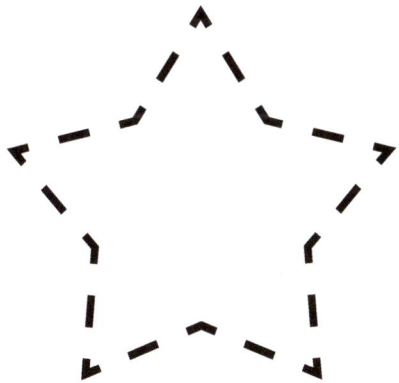

REVIEW SHAPES 形状的复习

miáo shí yǐ xià tú xíng rán hòu zài páng biān zài huà
描 实 以 下 图 形， 然 后 在 旁 边 再 画

liǎng gè xiāng tóng de xíng zhuàng
两 个 相 同 的 形 状。

Trace the shapes below and then draw two more of the same shape next to it.

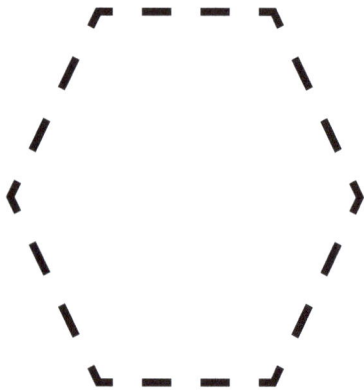

bāng zhù jié mǐ hé tā de péng yǒu zhǎo chū suǒ yǒu de xīng
帮 助 杰米和他 的 朋 友 找 出 所 有 的 星
xīng bìng tú shàng huáng sè
星 并 涂 上 黄 色。

Help Jimmy and his friends find all the stars. Color the stars yellow.

REVIEW SHAPES 形状的复习

zhǎo chū xià miàn suǒ yǒu de xīn xíng
找 出 下 面 所 有 的 心 形。
Find all the heart shapes below.

Be Mine

SHAPES 形状的复习

zài xiāng tóng de xíng zhuàng zhī jiān huà yī tiáo xiàn
在 相 同 的 形 状 之 间 画 一 条 线。

Draw a line between the same shapes.

REVIEW **SHAPES** 形状的复习

Draw a line between the same shapes.

形状和颜色的复习

bǎ xià miàn de   yuán   xíng tú chéng   jú   sè
把 下 面 的   圆   形 涂 成   桔   色。

Color the   circles   below orange.

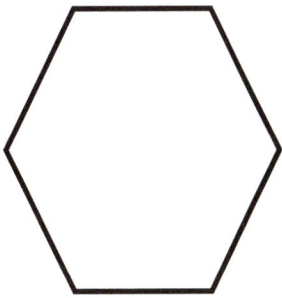

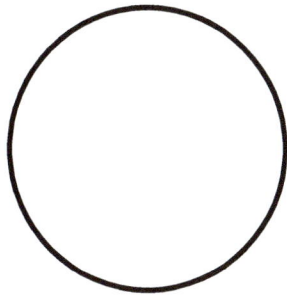

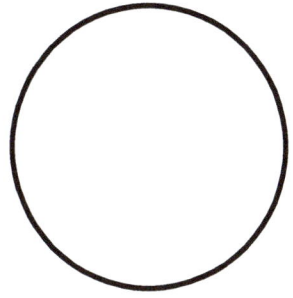

bǎ xià miàn de zhèng fāng xíng tú chéng   lán   sè
把 下 面 的 正   方 形 涂 成   蓝   色。

Color the   squares   below blue.

bǎ xià miàn de   sān   jiǎo xíng tú chéng   hēi   sè
把 下 面 的 三   角 形 涂 成   黑   色。

Color the   triangles   below black.

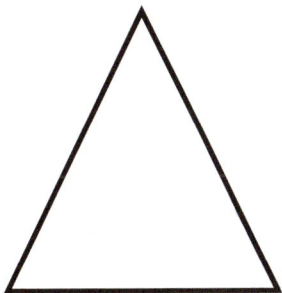

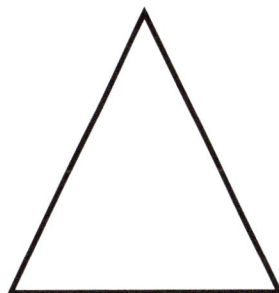

形状和颜色的复习

bǎ xià miàn de cháng fāng xíng tú chéng   lǜ   sè
把 下 面 的 长 方 形 涂 成 绿 色。
Color the rectangles below green.

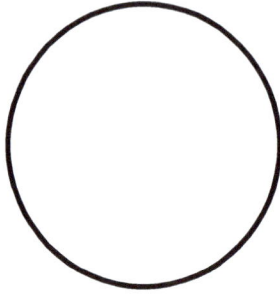

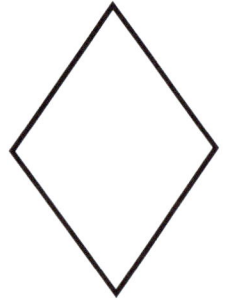

bǎ xià miàn de   líng   xíng tú chéng   zǐ   sè
把 下 面 的 菱 形 涂 成 紫 色。
Color the diamonds below purple.

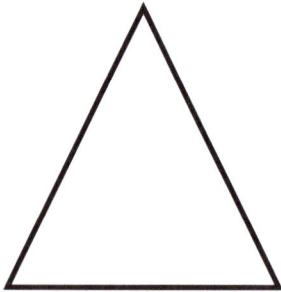

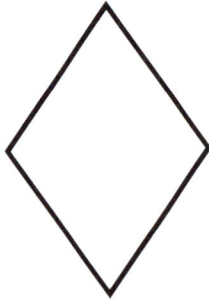

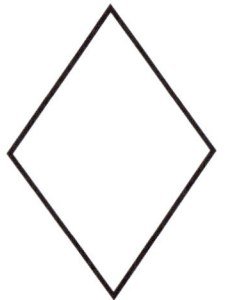

bǎ xià miàn de tuǒ yuán xíng tú chéng zōng sè
把 下 面 的 椭 圆 形 涂 成 棕 色。
Color the ovals below brown.

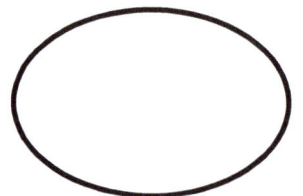

REVIEW **SHAPES AND COLORS**

形状和颜色的复习

bǎ xià miàn de   xīng   xíng tú chéng huáng sè
把 下 面 的   星   形 涂 成   黄 色。
Color the   stars   below yellow.

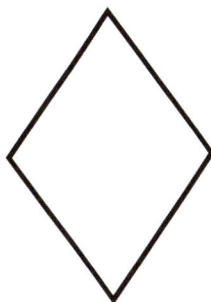

bǎ xià miàn de   xīn   xíng tú chéng   fěn   sè
把 下 面 的   心   形 涂 成   粉   色。
Color the   hearts   below pink.

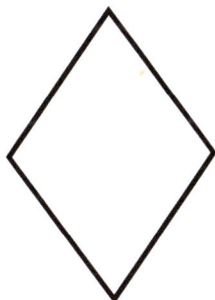

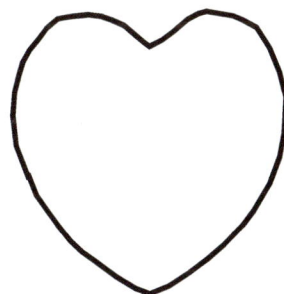

bǎ xià miàn de duō biān   xíng tú chéng hóng   sè
把 下 面 的 多 边   形 涂 成   红   色。
Color the polygons   below red.

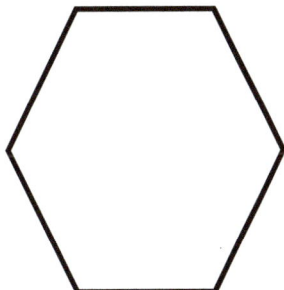

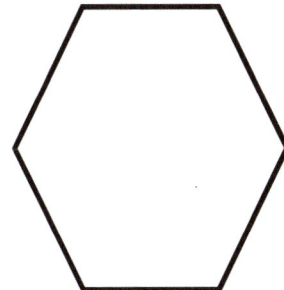

61

Review
WORDS
单词的复习

xíng zhuàng **Shapes**
形 状

yuán xíng **CIRCLE**
圆 形

zhèng fāng xíng **SQUARE**
正 方 形

cháng fāng xíng **RECTANGLE**
长 方 形

sān jiǎo xíng **TRIANGLE**
三 角 形

tuǒ yuán xíng **OVAL**
椭 圆 形

líng xíng **DIAMOND**
菱 形

xīng xíng **STAR**
星 形

xīn xíng **HEART**
心 形